ரசிகையாக

தெய்வானை கோபாலகிருஷ்ணன்

ISBN 979-8-89929-349-8

முன்னுரை

ரசிகையாக நான் வியந்த சினிமா மற்றும் அதில் எனக்கு பிடித்த நடிகர்கள், நடிகைகள்,பாடகர்கள், பாடகிகள், பாடல் ஆசிரியர்கள், இசை அமைப்பாளர்கள், எழுத்தாளர், ஓவியர், கவிஞர், தனித்துவ முறையில் இசை அமைப்பாளர்.

என்றும் அன்புடன்

கோ.தெய்வானை.

எனக்கு பிடித்த வாசகங்கள்:

- ஆண்டவனே நம்ம பக்கம் இருக்கான்.

- எல்லாம் நன்மைக்கே.

- எண்ணம் போல் வாழ்க்கை.

- வரலாறு மீண்டும் நிகழும்.

- இப்படி சுத்துற கடிகார முள் அப்படியும் சுத்தும்.

- என்னோட மதிப்பு ஒரு நாள் புரியும்.

- எனக்கும் ஒரு காலம் வரும்.

என்னைப் பற்றி

வீரம் நிறைந்த "திருநெல்வேலி" சீமையில் பிறந்த "வீரத் தமிழச்சி". "செந்தூர்" மண்ணில் பொறியியல் கணினியியலில் பட்டம் பெற்றேன். "தோட்ட" நகரம் மற்றும் "சிலிகான் சிட்டி" என்று அழைக்கபடும் பெங்களூரில் வாழ்கிறேன். உடல் நலக்குறைபாட்டின் போது மிகுந்த மன உளைச்சலின் காரணமாக இருக்கும் போது எனக்கு பக்க பலமாக இருந்த ஐந்து தோழர்கள் மற்றும் தோழிகளுக்கு கவிதை வடித்தேன். என் இரண்டு தோழர்களின் ஊக்குவித்தலாலும், எனது கணவரின் பெரும்

உறுதுணையிலாலும், அவரது கனவு புத்தகமாக

எனது எழுத்தோவியம் வெளிவர வேண்டும் என்ற ஆசையின் இந்த கவிதை தொகுப்புகள். அனைத்து வயதினரும் எளிமையாக படிக்கும் வகையில் வடித்தது. எனது மனதில் பட்ட, எனக்கு தெரிந்த தமிழில் பார்த்து, ரசித்து, உணர்ந்து இக்கவிதை

தொகுப்புகளை எனது வாழ்வில் இருந்த அனைவருக்கும், இறைவனுக்கும் நன்றி கலந்த வணக்கத்துடன் சமர்ப்பிக்கிறேன்.

என்றும் அன்புடன்

கோ. தெய்வானை.

பொருளடக்கம்

சினிமா

சினிமா...

    வாழ்க்கையில் ஓர் அங்கம்...

    சினிமா பைத்தியம் என்பார்களே

    அது தான் நான்...

    பொழுதுபோக்கு அம்சம் மட்டுமல்ல...

    நம் வாழ்க்கையோடு கலந்தது...

    2:30 மணி நேரம் நம்மை ரசிக்க

    வைக்கும் ஓர் அற்புதம்...

    தி லவ் பார் சினிமா

    எத்தனை படங்கள் நம்மை

    அழ வைத்தது...

    சிரிக்க வைத்தது...

    மனதை உலுக்கி

    நம் தூக்கத்தை தொலைத்தது...

காதலிக்க வைத்தது...

கனவு காண வைத்தது...

நம் வாழ்வோடு ஒப்பிட வைத்தது...

பிடிக்க வைத்தது...

அதிசியக்க வைத்தது...

வியக்க வைத்தது...

இப்படிச் சொல்லிக் கொண்டே
போகலாம்...

ஓர் திரைப்படம் என்பது மனநிறைவோடு
பார்த்து வெளியே வருவது...

...

விஜய்

விஜய்...

எனக்கே எனக்குப் பிடித்த முதல் நடிகன்...

என் கனவு நாயகன்...

ஓர் தீவிர ரசிகையாக...

என் முதல் பள்ளி கனவு காதலனாக...

ஒவ்வொரு படத்தையும் ரசித்து...

வியந்து...

பிடித்து...

உருகி...

கதாபாத்திரத்தோடு கலந்து...

பாடும் போது "உங்கள் விஜய்"

என்று வரும்போது மகிழ்ந்து...

குரலைக் கேட்கும் போது மெய்
மறந்து...

ஒவ்வொரு முகபாவத்தை கவனித்து...

வசனங்களை உள்வாங்கி...

நடனத்தை கால்கள் தாளம் போட...

காதல் காட்சிகளில் தன்னையே இழந்து...

சண்டைக் காட்சிகளில் உழைத்து...

நேரம் தவறாமை...

இப்படி பல இருந்தாலும்...

இன்றும் எளிமையாக, அமைதியாக...

ஓர் ரசிகையாக எனக்கும் உனக்கும்
உள்ள ஒரு இணக்கம் என்ன என்றால்
உன் பிறந்த நாளும்,
எங்கள் கல்யாண நாளும் ஒன்று
ஜூன் 22... .மற்றும் பூசம், கடகம்
நம் இருவருக்கும் ஒரே ராசி நட்சத்திரம்...
விஜய் ரசிகையாக என்றுமே என்
மனதுக்கு நெருக்கம் நீ...

...

ரஜினிகாந்த்

ரஜினிகாந்த்...

ரசிகையாக நான் வரையும் எழுத்து
ஓவியம்...

சூப்பர் ஸ்டார், தலைவர் இப்படி

பல பெயர்கள்...

ஸ்டைல் மன்னன்...

வசூல் அரசன்...

காந்த கண்கள்...

வசீகர முகம்...

எளிமையான தோற்றம்...

சிறியவர் முதல் பெரியவர் வரை

ரசிக்கும் ரசிகைகள், ரசிகர்கள்...

சிவ பக்தன்...

இறையன்பன்...

நேரம் தவறாமை...

ஒவ்வொரு வசனமும் வாழ்க்கையோடு

ஒன்றி விடும்...

போடா "ஆண்டவனே நம்ம பக்கம்
இருக்கான்"

"இனிமே தானே இருக்கு தமாஷே...

அத பார்க்க தானே இந்த ஐடம்
வந்திருக்கேன்"

"கடந்து போறது தான வாழ்க்கை "

"கிடைக்கிறது கிடைக்காம இருக்காது

கிடைக்காம இருக்கிறது கிடைக்காது"

இப்படி பல வசனங்கள் மனம்
கவர்ந்தவை...

ஒவ்வொரு பாடலிலும் ஒர் அர்த்தம்...

பிறரை பாராட்டி, ரசித்து, வீட்டிற்கு
அழைத்து

தனித்து புகைப்படம் எடுப்பதில் நிகர்
யாரும் இல்லை...

...

தனுஷ்

தனுஷ்...

எனக்கு பிடித்த மற்றொரு நடிகன்....

ரசிகையாக நான் வியந்து, உருகி

பார்த்தது "காதல் கொண்டேன்"

நடிப்பு அரக்கன்...

பெரும்பாலும் நடிப்பை விட

உன் எழுத்துக்கள் மிகவும் கவர்ந்தது...

அதில் பாடல் வரிகள் அற்புதம்...

"காலங்கள் ஓய்ந்த பின்னும் காதல் என்ன"...

"கைகள் சீப்பை தேடுது தானே"...

"நெத்திலி கொழம்பு வாடை"

"புதுப்பேட்டை" படத்தின் "ஒரு நாளில்".....

பாடல் "என் சுப்ரபாதம்"...

உன் நடனம், இயக்கம் அருமை...

என் தந்தையின் பிறந்த நாளும்

உன் பிறந்த நாளும் ஒரே நாள் "ஜூலை 28"...

இதுவே ஒரு ரசிகையாக உள்ள பந்தம்...

இளையராஜாவின் வெறியன்...

ராஜ்கிரனின் நடிப்பை மற்றொரு
கோணத்தை காட்டியவன்...
அவரை வெட்கப்பட வைத்து...
ஜீன்ஸ் போட வைத்து...
பா. பாண்டி ஓர் அற்புத சகாப்தம்...
நடிகனாக, பாடலாசிரியராக,
இயக்குனராக
என்றும் மனம் கவர்ந்தவர்.

...

மோகன்

மோகன்...

மோகன் பாடல்கள் இல்லாத
நாட்களே இல்லை...
இளையராஜா, மோகன், எஸ்.பி.பி
இந்த கலவையில் பாடல்கள்
தேன் பாயும்...
அன்றும், இன்றும், என்றும்
"மைக் மோகன்" பாடல்கள்
ஆறுதல்...
உன் நடிப்பு அற்புதம்...
அற்புதமான எதார்த்த மனிதன்...
எளிமையானவன்...
ரசிகர்களை மதிப்பவர்...
மௌன ராகம், விதி, கோட்,
நூறாவது நாள், குங்குமச்சிமிழ்
நாயகனாகவும் சரி...
வில்லனாகவும் சரி...
நடிப்பு அற்புதம்...
ஒவ்வொரு படத்திலும் முகபாவம்,
அனைத்து உணர்வுகளும்
வியக்க வைத்தது...

ஒரு ரசிகையாக என்றுமே...

நீ ராஜ ராஜ சோழனாக...

பாடும் நிலவாக...

என்றும் நீங்கா இடம் பிடித்தவன்...

...

விஜயகாந்த்

விஜயகாந்த்...

நினைவில் வாழும் ஓர் அற்புத

தெய்வ மனிதன்...

மதுரைக்காரன்...

கர்ணன் கூட தோற்றுப் போவான் உன்

கொடை வள்ளலுக்கு முன்னால்...

அன்னபூரணி உன்னிடமும் உன்

குடும்பத்திடம் குடி இருக்கிறாள்...

சினிமாவிலும் சரி...

அரசியலிலும் சரி....

உன் நேர்மை, தைரியம், உதவி

மனப்பான்மை,

பணிவு, முயற்சி அனைத்துமே

போற்றுதலுக்குரியது...

உன் இழப்பு சினிமாவிலும், அரசியலிலும்

ஓர் பேரிழப்பு தான்...

உன் எளிமை, அன்பு, கருணை,

எதார்த்தம்

எங்கு தேடினாலும் கிடைக்காது...

உன் பாடல்கள் இல்லாத நாட்களே

இல்லை...

அதுவும் "அம்மன் கோயில் கிழக்காலே"
படத்தின் பாடல்களும்...
"ராசாத்தி உன்ன"
"சிந்திய வெண்மணி"
"ஏழைகள் வாழும்"
என்றுமே மனம் கவர்ந்தவை...
இன்னும் பல...
ஒரு ரசிகையாக உன் ஆசீர்வாதம்
எப்போதும் வேண்டும்...

...

சிம்பு (சிலம்பரசன்)

சிலம்பரசன்...

சிம்பு, எஸ்.டி.ஆர், அட்மேன் என்ற

பல பெயர்கள்....

உன் நடிப்பு, நடனம்...

சிறு வயது

முதல் இன்று வரை ஒரு தனித்துவம்...

என்னை மிகவும் கவர்ந்தவை

உன் எழுத்து தான்...

பாடல் வரிகள் எல்லாம்

இயல்பாக பேசும் மொழியில்...

மற்றும் குரல், பாடும் பாடல்

அனைத்துமே ஒரு கொண்டாட்டம் தான்

"பத்து தல" மாதிரி "அதிரடியாகவும்"

"விண்ணைத்தாண்டி வருவாயா" மாதிரி

"காதலில் கலந்து உருகியும்"....

"தொட்டி ஜெயா" மாதிரி ரொம்ப

எதார்த்தமாகவும், அதிரடியாகவும்...

இப்படி பல கோணங்களில் பிரமிக்க

வைத்தது...

இயக்குநராகவும் சரி, விருந்தினராகவும்
சரி

உன் எளிமை என்றுமே அருமை...

ஒரு ரசிகையாக உனக்கும் எனக்கும்

உள்ள பந்தம் "பிப்ரவரி 3"

ஆம் உன் பிறந்த நாளும்

என் மகன் பிறந்த நாளும் ஒரே நாள்

எங்கள் நிச்சயதார்த்த நாளும் இதே
நாள்தான்....

என்றும் எங்கள் மனம் கவர்ந்த
நடிகனாக...

நா. முத்துக்குமார்

நா. முத்துக்குமார்...

நினைவில் வாழும் தெய்வமாய்...

உன் எழுத்துக்களுக்கு நான் அடிமை...

ஒவ்வொரு வரிகளும் எவ்வளவு உண்மை...

அத்தனை வரிகளையும் உணர்ந்து,

உருகி, அனுபவித்து, மெய் சிலிர்க்க

வைத்தது...

வாழ்க்கையின் போராட்டத்தையும் =>
"தீயோடு போகும் வரை தீராத இந்த தனிமை"

காதலனின் ஆழமான காதலையும் =>
"கல்லறையில் கூட ஜன்னல் ஒன்று வைத்து உந்தன் முகம் பார்ப்பேனடி"

காதலியின் வலியும் => "தோளில் சாய்ந்து கதைகள் பேச நமது விதியில் இல்லை"

காதலின் வெளிப்பாட்டையும்
=> "உயிர்த்தோழன் என்பாயா?
வழிப்போக்கன் என்பாயா? விடை ஒன்று சொல்வாய் அன்பே"

நட்புக்குள் காதலையும் => "இது காதல் இல்லை, காமம் இல்லை இந்த உறவுக்கு உலகத்தில் பெயர் இல்லை"

காதலியின் உணர்வையும் => "முன்
ஜென்மம் எல்லாம் பொய் என்று
நினைத்தேன் உன் கண்ணை பார்த்தேன்
மெய் தானடா"

நண்பர்களின் எண்ணங்களையும் =>
"சகா தாகம் எடுத்தால் மேகம் பிழிந்து
தீர்த்தமாய் குடிப்போம் வா" "சகா
கோர்க்க துணிந்தால் மழையின் நூலில்
நட்சத்திரம் கோர்ப்போம் வா"

கணவன் மனைவியின் ஆசை =>
"சத்தம் இல்லா முத்தம் தர வேண்டும்"}
இப்படி எண்ணிலடங்கா...

முத்து முத்தாக பாடல் எழுதி

அந்த குமரனிடமே விண்ணில்
கலந்தாய்...

...

மார்ட்டின் கட்டேன்ஜர்

மார்ட்டின்...

படவரியில் இருந்து தான்
உன்னை தெரியும்...
எல்லோருக்காகவும் பாடல் எழுதி,
மெட்டு அமைத்து பாடியும்,
தனித்துவமான பல இசைகளை
தருவதிலும் உனக்கு நிகர் நீயே...
உனது ஒவ்வொரு வித்தியாசமான
முயற்சியும் பிரமிக்க வைக்கிறது...
உன் எதார்த்த பாடல் வரிகளும்...
அக்கறையும், விடாமுயற்சியும்,
அன்பும், உழைப்பும் என்றுமே
எல்லையற்றதாக...
ஒவ்வொரு குடும்ப உறுப்பினருக்காகவும்,
நண்பர், தோழிக்காகவும் இன்ப
அதிர்ச்சியாக பல பாடல்களை
பரிசாக கொடுக்கும் (நேரிலேயே சென்று)
செயல் ஓர் பேரானந்தம், பரவசம்...
"சாச்சுப்புட்டா", "வெண்குழலி", "மதி
குழம்பிட"
இப்படி பல பாடல்கள் மனம்
கவர்ந்தவை...

இசையால்...

வரிகளால்...

வார்த்தைகளால்...

பேச்சால்...

புதுவித முயற்சியால்...

நடனத்தால்...

அனைவரையும் கவர்ந்த உனக்காக இந்த
கவிதை...

என்றும் உன் கலைப்பயணம்
தொடரட்டும்...

என்றும் அன்புடன்

ரசிகையாக, தோழியாக...

...

மனோ பாரதி

மனோ பாரதி...

"எழுத்துப் பிழை" மற்றும் "காட்
பார்டிகள்ஸ்"

உரிமையாளனே...

படவரியில் இருந்து தான் அறிமுகம்...

உன் எழுத்துக்கள் அனைத்தும்

எனக்கு ஒரு உத்வேகமாக இருந்தது...

பல நேரங்களில் நினைத்ததுண்டு

இந்த மனுஷன் எப்படித்தான்

இவ்வளவு எதார்த்தமாக...

எளிமையாக...

அழகாக...

மனதை வருடி...

மனதை கவர்ந்து...

மனதை இழுத்து...

உருகி...

ஆழ்ந்து...

எழுத்தோவியமாக வடிக்கிறார்...

சிறுகதைகள் அனைத்துமே அற்புதம்...

அதனுள் சென்று

எதிர்பார்த்து...

காத்திருந்தது...

ஒவ்வொரு நிமிடமும் என்னவாகும்

என்று திக்கு முக்காட செய்தும்...

அம்மா, ஆச்சிக்கு நன்றி மறவாதலும்...

தன் காயப்பட்ட நேரத்தில் தான்

இந்த எழுத்துக்களை தந்து மகிழ்விப்பதும்...

அனைவருக்கும் நன்றி சொல்லியும்...

புதுமையான முயற்சி செய்தும்...

தொடரட்டும் உங்கள் எழுத்துப்பணி...

என்றும் அன்புடன்

உங்கள் வாசகியாக...

...

தாமரை

தாமரை...

பெண் பாடல் ஆசிரியை...

ஒரு ஆங்கில சொல் இல்லாமல்

தமிழில் மட்டுமே பாடல்களை

தொகுத்து கொடுப்பது உனக்கு

நிகர் நீயே...

உனது தமிழ் சொற்கள், வார்த்தைகள்

எல்லாம் தேடுதலுக்குரியது...

கவிஞராக...

பாடல் ஆசிரியையாக...

எழுத்துக்கள் வியக்க வைத்தது...

"கலாபக் காதலா", "விசிறி", "கண்கள் நீயே"

இப்படி பல பாடல்கள் மனம் கவர்ந்தவை...

பெண் கவிஞர்களில் நீ சிறந்த

எடுத்துக்காட்டு...

தாமரை என்ற பெயரைப் போலவே

நேரே நிமிர்ந்து அழகிய தமிழ்

வார்த்தைகள் நிறைந்த பாடல்கள்

கொடுத்ததற்கு நன்றி...

உன் பாடல்கள் அனைத்துமே

ரசித்து...

உருகி...

கலந்து...

மறந்து...

பிரமித்து...

வார்த்தைகள் இல்லை...

அழகிய தமிழோடு தொடரட்டும்

உங்கள் பயணம்...

...

வைரமுத்து

வைரமுத்து...

எனக்கு பிடித்த பாடல் ஆசிரியர்...

பெயருக்கு ஏற்றார் போல் வைரம்

போன்ற வரிகளை முத்து முத்தாக

எழுதுவதில், தருவதில்

இவருக்கு நிகர் இவரே...

"வானம் எனக்கு ஒரு போதி மரம்"

என்று இயற்கையை வர்ணிக்கும்
போதும்...

"பேத்தி என்றாலும் நீயும் என் தாய் தான்"

என்று பாட்டிக்கும், பேத்திக்கும் உள்ள

பாசப்பிணைப்பும்...

"அரிமா அரிமா" என்ற சிங்கக்
கர்ஜனையை

எந்திரன் மீது வைக்கவும் போதும்...

"அவன் விழி அசைந்ததில் இவள் மனம்

அசைந்ததோ"

என்று காதலியின் உணர்வை
வெளிப்படுத்தும்...

உள்ள அழுகுறேன் வெளிய சிரிக்குறேன்

என்ற ஆணின் குமுறல்களிலும்...

இப்படி பல பாடல்களால்
நம்மை கட்டிப் போட்டு...
கிரங்கு அடித்து...
உருகி...
அழ வைத்து...
மகிழ வைத்து...
சிந்திக்க வைத்து...
பல கவிதை
நூல்களையும்,கதைகளையும்
படைத்து...
என்றும் ரசிகையாக...

...

பா. விஜய்

பா. விஜய்...

மற்றும் ஒரு பிடித்தமான பாடல்
ஆசிரியர்...

இவர் எழுத்துக்கள்,

பாடல் வரிகள் அனைத்தும்

அற்புதம்...

"உடைந்த நிலாக்களில்"

காதல் தோல்வியும், காதலின்

வலியையும் ரொம்ப அழகாக

தொகுத்தும்...

"முப்பாட்டன் எங்களுக்கு தலைவன்"

என்று முருக பக்தியும்...

"ஒரு முடிவிருந்தால் அதில்
தெளிவிருந்தால்

அந்த வானம் வசமாகும்"

என்று நம்பிக்கை ஊட்டுவதிலும்...

"ஆண் ஒருவன் தாயான அதிசயத்தை

காண்கின்றேன்"

என்று காதலியின் பிரமிப்பும்...

"வானவில்லும் வந்து உனக்கு குடை
பிடிக்கும்

எங்களுக்கும் அதற்குள்ளே இடம்
இருக்கும்"

என்று இரு தோழிகளின் நட்பையும்...

இப்படி பல பாடல் வரிகளும்

ரசிக்க...

பிரமிக்க...

நேசிக்க...

கலங்க...

சந்தோஷப்பட...

என்றும் ரசிகையாக.

...

பழநி பாரதி

பழநி பாரதி...

எனக்கு பிடித்த மற்றும் ஒரு கவிஞன்...

பெயரில் முருகன் வீற்றிருக்கும் ஊரையும்

முண்டாசு கவிஞனையும்

இணைத்து வைத்திருக்கிறார்...

இவரது பாடல் வரிகளும், எழுத்துக்களும்

ஒரு புது விதமானவை

"மேகம் போலே என் வானில் வந்தவளே"

என்று காதலின் காதலையும்...

"கண்ணுல காதல் கேமரா"

என்று காதலனின் உரையும்...

"ஏராளம் ஆசை நெஞ்சில் உண்டு

அதை எழுதிட நாணங்கள் தடுக்கின்றது"

என்று காதலியின் அவஸ்தையும்...

"ஹே மன்றங்கள் வைக்க நாங்க ரெடி

ஹே திறப்பு விழாவில் கலந்துக்கடி"

என்ற துள்ளல் பாட்டிலும்...

"கிளிகள் காணும் நேரத்தில்

மீனாட்சி ஞாபகம்"

என்ற பரவச வரிகளும்

இப்படி எத்தனையோ எண்ணில் அடங்கா

வார்த்தை ஜாலத்தில்

உள் உணர்ந்து...

நேசித்து...

ரசித்து...

வசீகரித்து...

திகைத்து...

என்றும் ரசிகையாக...

...

தபூசங்கர்

தபூசங்கர்...

எனக்கு பிடித்த காதல் கவிஞன்

காதல் கவிதைகளின் நாயகன்...

காதல் ஊற்று நிரம்பி வழியும்...

காதல் தோல்வியும்...

காதலின் ஆழமும்...

காதலியின் ஒவ்வொரு அசைவின்

வர்ணனையும்...

"உன்னை பார்த்ததும் கத்தி விட்டன கடல்
அலைகள்"

என்று அலைகளையே பேச வைக்கின்றார்

"தவம் பலருக்கு வாய்க்கிறது"

"வரம் சிலருக்கு மட்டுமே வாய்க்கிறது"

என்று காதலிக்கப்படுவதை உணர்த்துவதும்

"நீ வரும்போது தான்

விழிக்கிறது இந்த வீதி"

என்ற வரிகளும் எத்தனை காதல்...

"உன் ஞாபகத்துக்குத்

தெரியவே தெரியாது என்னுடன்

நீ இல்லை என்பது"

என்ற வரிகள் காதலின் தவிப்பும்...

இப்படி வரிகளால்

தவிக்க வைத்து...

காதலில் கலந்து...

கரைந்து...

விழுந்து...

மீள முடியாமல்...

என்றும் ரசிகையாக...

...

சிவகார்த்திகேயன்

சிவகார்த்திகேயன்...

எனக்கு பிடித்த மற்றும் ஒரு நடிகர்...

என் அப்பன் முருகன் பெயரையும்

அவன் அப்பன் சிவன் பெயரையும்

இணைத்து வைத்திருக்கும் "எஸ்.கே.வே"

சின்ன திரையில் இருந்து

வெள்ளித்திரையில் படிப்படியாக

முன்னேறிய "கலைஞனே"

உன்

உழைப்பும்...

நடிப்பும்...

நடனமும்...

பேச்சும்...

முயற்சியும்...

எழுத்தும்...

பாடகராகவும்...

தயாரிப்பாளராகவும்...

இப்படி பல பரிமாணங்களில்

எல்லோரையுமே

ரசிக்க வைத்து...

மகிழ வைத்து...

உணர வைத்து...

கலங்க வைத்து.

குறிப்பாக குழந்தைகளை கவர வைத்து...

என்றும் உன் கலைப்பயணம் தொடரட்டும்...

என்றும் ரசிகையாக...

இளையராஜா

இளையராஜா...

என் மனம் கவர்ந்த இசையமைப்பாளர்...

"ராஜா ராஜா தான்" என்று வாக்கு

உண்மை தான்...

தங்கள் இசை என்றுமே எனக்கு

மனக்காயங்களுக்கு மருந்தாக...

ஆனந்தமாக...

துள்ளலாக...

மெய் மறந்து...

தூக்கத்திற்கு தாலாட்டாக...

சில நேரங்களில்...

மனதை வருடி அழ வைத்தும்...

பயணத்தின் நண்பனாக...

தங்களின் பாடல் வரிகள் பாடல்
ஆசிரியராக

"மீராவின் கண்ணன் மீராவிடமே"

என்று காதல் வரிகளில் காதல்
உணர்வையும்

சிம்பொனியின் நடையும்...

பாடகராகவும்...

தயாரிப்பாளராகவும்...

இப்படி எண்ணில் அடங்கா

உங்க கலை சேவையில்

"இசைஞானிக்கு இசைஞானியே"...

காலம் பல கடந்தாலும்

அனைவராலும் கவர்ந்து, இழுத்து,
மனதோடு

ஒன்றி உங்கள் இசையின் ரசிகையாக...

...

யுவன் சங்கர் ராஜா

யுவன் சங்கர் ராஜா...

புலிக்கு பிறந்தது பூனை ஆகுமாம்...

யுவனின் இசையில் என்றுமே ஓர்
மயக்கம்...

குரலில் ஓர் ஈரம்...

யுவன், நா.முத்துக்குமார் நட்பு
என்றும் ஓர் சகாப்தம்...

இந்த கலவையில் வரும் பாடல்கள்
அனைத்துமே ஓர் அற்புதம்...

ஒவ்வொரு இசையிலும் ஒரு வித
"மாயாஜாலம்"...

குரலில் ஒரு வசீகரம்...

அது பாடலின் விதம் எந்த ஒரு
அமைப்பாக இருந்தாலும்...

"போகாதே" வில் எங்களை அழ வைத்தும்...

"நான் யார் இறைவா" வில் எங்களை
சிந்திக்க வைத்தும்...

"கொம்பன் சூராவில்" ஓர் ஈரத்தையும்

"அந்தக் கண்ண பார்த்தால்" ஒரு காதல்
துள்ளலையும்...

இப்படி பல விதமான தோற்றத்தில்

எங்களை ரசிக்க, மயங்க...

அழ வைத்து...

மறக்க வைத்து...

உருக வைத்து...

உறங்க வைத்து...

மனதோடு ஓர் அங்கமாக கலந்தது

இசையின் மயக்கம்...

என்றும் ரசிகையாக...

...

அனிருத்

அனிருத்...

எனக்கு பிடித்த மற்றும் ஒரு

இசைக்கலைஞன்

இசையால் ரசிகர்களை

வசீகரித்து...

கிரங்கடித்து...

மகிழ வைத்து...

கலங்க வைத்து...

எழவைத்து...

ஆட வைத்து...

குரலால் பலரை...

உணர வைத்து...

மனதை இழுத்து...

பின்னணி இசை இருந்தால் தான்

படத்தின் வேகமும், திரைக்கதையும்

சுவாரசியமாக இருக்கும்

என்ற உணர்வை தூண்டி...

ஒவ்வொரு காட்சியை

மெருகூட்டியதும்...

இப்படி பல வண்ணங்களில்

இசை வானவில்லை
என்றுமே மறைய செய்யாமல்
இசைப் பணி தொடரட்டும்
என்றும் ரசிகையாக...

...

ஷான் ரோல்டன்

ஷான் ரோல்டன்...

தனித்துவமான குரலில் ஒர்

ஈரம்...

கதறல்...

காதல்...

வலி...

துள்ளல்...

மென்மை...

இசையில் பலவிதமான...

இளையராஜா வெறியன்...

என்ற உணர்வின் வெளிப்பாடு...

பிரதீப் குமார் உடன் நட்பு ஒர்

எல்லையற்றது...

மோகன் ராஜன் உடன் கலவையில்

பாடல்கள் அற்புதம்...

"வெண்பனி மலரே" உன் ஈரமான

குரலையும்...

"உறவே ஆச உறவே" காதலின்

மென்மையும்...

"இந்த பொல்லாத உலகத்திலே"

கதறலையும்...

இப்படி எண்ணற்ற தனித்துவமான
பாடல்களையும், இசையும் தந்து
மகிழ்வித்து கலைப்பயணம்
தொடரட்டும்...
என்றும் ரசிகையாக...

...

பிரதீப் குமார்

பிரதீப் குமார்...

எனக்குப் பிடித்த ஒரு அருமையான

பாடகர்...

ஷான் ரோல்டன் - பிரதீப் குமார்

நட்பு ஓர் எல்லையற்றது...

உன் குரலுக்கு எப்போதுமே

ஓர் பெரிய விசிறி...

"உன்னோடு நெஞ்சம்" என்று

வரிகளில் காதலனின் காதலும்...

"வாழா என் வாழ்வை வாழவே"

என்று பாடும் போது ஒரு ஆணின்

வாழ்வும்...

"தெரிஞ்சா செஞ்சே மன்னிப்பே

கிடையாதா"

என்ற காதலனின் கெஞ்சலும்...

"ஆயிரம் கோடி முறை நான் தினமும்

இறந்தேன்"...

என்ற காதலனின் வலியும்...

இப்படி எண்ணற்ற பாடல்களில்

உருகி...

கலந்து...

மறந்து...

மகிழ்ந்து...

உணர்ந்து...

என்றும் இசைப்பயணம் தொடரட்டும்

என்றும் ரசிகையாக...

...

சங்கர் மகாதேவன்

சங்கர் மகாதேவன்...

என் குரு, ஆசான் கர்நாடக

சங்கீதம் உங்கள் பள்ளியில்

பயின்று இருக்கும் நானும், என்

மகனும் பெரும் பாக்கியம்...

மற்று அற்ற மகிழ்ச்சி...

என் ஆதி அப்பன் சிவனின்

இரு பெயரையும் இணைத்து

வைத்திருக்கும் பாடகரே...

உங்கள் இசைக்கு மட்டுமல்ல...

குரலுக்கு மட்டுமல்ல...

உங்கள் மனித தன்மைக்கும்...

ரசிகையாக...

மாணவியாக...

விசிறியாக...

எங்களை என்றுமே

மகிழ வைத்து...

கலங்க வைத்து...

உணர வைத்து...

கவர வைத்து..

மயங்க வைத்து...

பிரமிக்க வைத்து...
அதிசியக்க வைத்து...
இப்படி பல வைத்து உங்கள் இசையாலும்,
குரலாலும், பல சேவைகளாலும்,
என்றும் தொடரட்டும் கலைப் பயணம்
என்றும் ரசிகையாக...

...

எஸ் பி பாலசுப்பிரமணியம்

எஸ் பி பாலசுப்ரமணியம்...

நினைவில் வாழும் தெய்வமாய்...

எனக்குப் பிடித்த மனம் கவர்ந்த

பாடகர்...

பாடும் நிலா...

உங்கள் குரலாலும்...

நடிப்பாலும்...

இசையாலும்...

மனிதத் தன்மையாலும்...

நட்பாலும்...

தயாரிப்பாளராலும்...

விமர்சகராலாலும்...

ஆசானாகவும்...

இப்படி எண்ணில் அடங்கா...

ஒவ்வொரு பாடலிலும்

ஒவ்வொரு புதுமை...

உங்கள் குரலால் அனைவரையும்

இசையில் மூழ்கி...

மகிழ்ந்து...

காதலித்து...

அழுது...

கரைந்து...
மெய்மறந்து...
வாழ்வோடு கலந்து...
என்றும் தெய்வமாய் பாடலில் வாழும்
பாலு அவர்கள்.

...

சித்ரா

சித்ரா...

எனக்கு மிகவும் பிடித்தமான பாடகி...

மனக் கவர்ந்த பாடகி...

குரலிலும் சரி, பேச்சிலும் சரி

"சின்ன குயில் சின்னகுயில்" தான்...

குயில் போன்ற உங்கள்

இனிமையான குரலில்

எத்தனை

இனிமை...

தெளிவு...

மென்மை...

வசீகரம்...

ரசிகையாக ரசித்தது

"சின்ன குயில் பாடும் பாட்டு"

குயில் போன்ற குரலிலும்

"சுரத்தின்" எல்லையை மிஞ்சிய

"தத்தித்தோம்", "பாடறியேன்"...

"ரசனை வாழ்க", என்ற போது ரசிகர்களின்
ஆர்வத்தையும்...

"ஒவ்வொரு பூக்களுமே" வில்
நம்பிக்கையையும்

இப்படி பல பல பாடல்களும்...

ரசித்து...

மயங்கி...

கலந்து...

மகிழ்ந்து...

உங்கள் இசைப் பயணம் தொடரட்டும்

என்றும் ரசிகையாக...

...

நதியா

நதியா...

எனக்கு மிகவும் பிடித்தமான நடிகை

நதியா என்றாலே "கொண்டைதான்"

"சின்ன குயில் பாடும் பாட்டு"

"பன்னீரில் நனைந்த பூக்கள்"

"என்னவென்று சொல்வதம்மா"

"நதியா நதியா"

இப்படி எண்ணற்ற பாடல்கள்

நினைவில் நின்றவை

நதியா என்றாலே...

ஆடையும்...

கிளிப்பூக்களும்...

பிளாஸ்டிக் தோடுகளும்...

துருதுருப்பான நடிப்பும்...

அமைதியும்...

நடனமும்...

சிரிப்பும்...

பணிவும்...

என்றும் மாறாத இளமையும்...

இன்றும் அனைவராலும் கவரப்பட்ட
நடிகை....

என்றும் ரசிகையாக...

சினேகா

சிநேகா...

எனக்கு பிடித்த மற்றும் ஒரு நடிகை...

"புன்னகை இளவரசி"

நிஜமாகவே நீ ஒரு புன்னகை

அழகி தான்...

கண் அழகி...

சிரிப்பழகி...

நடிப்பழகி...

பல் அழகி..

உதட்டழகி...

இப்படி அழகோடு, நடிப்பின் திறனோடு

சிநேகாலயா புடவையிலும்

புடவையில் தனித்துவம் படைத்தும்...

இன்றும் மனம் கவர்ந்த நடிகையாக

அனைவரையும்

வியக்க வைத்து...

நேசிக்க வைத்து...

ரசிக்க வைத்து...

மகிழ வைத்து...

கலங்க வைத்து...

என்றும் கலைப்பயணம் தொடரட்டும்

உன் ரசிகையாக...

அனுஷ்கா

அனுஷ்கா...

எனக்கு ரொம்ப பிடித்தமான நடிகை

அசால்டாக நடிக்கும் உன்

நடிப்புத்திறன் என்றுமே

வியக்க வைத்தது...

ரசிகையாக...

உன் அழகான கண்கள்...

எளிமையான பேச்சு...

அசால்டான நடனம்...

அலட்டிக்காத நடிப்பு...

மனிதத் தன்மை...

அழகான புன்னகை...

கம்பீரமான உயரம்...

ஆரோக்கியமான உடல்...

அனைத்துமே இன்றும்

ரசிக்க...

வியக்க...

மகிழ...

சிந்திக்க...

என்றும் உன் கலைப்பயணம் தொடரட்டும்

என்றும் ரசிகையாக...

கேதாரம் விஸ்வநாதன் - ஓவியர்

என் தோழன் மூலமாக தான்

இவரைத் தெரியும்...

முகநூல் மற்றும் படவரியில்

இவரது ஓவியங்கள் அற்புதம்...

"தெய்வங்கள்" வாழும் "கும்பகோணத்தில்"
பிறந்த "ஓவியர்"

ஒவ்வொரு தெய்வத்தின் ஓவியமும்

ஓர் தனித்துவம்...

அவர் சொன்னது போல் "பேசும் ஓவியம்"...

தெய்வங்கள் மட்டுமல்ல...

வள்ளுவனின் 1330 குறளும் ஓவியமாக

வடித்து நம் அனைவரையும் அதிசயத்தின்
விளிம்பில்...

என்னை மிகவும் கவர்ந்தவை..

இவரின் எளிமை...

நேர்மை...

ஓவியப்பற்று...

இலக்கமுறையில் புதுமை...

மகா பெரியவாவின் பக்தர்....

இவர் ஓவியத்தின் மனம் கவர்ந்தவை

பெருமாள், துளசி மாடம், முருகன் வேலில் கொரணா விழிப்புணர்வு, சுவாமிமலை முருகன், விநாயகரின் கலவைகள், பஞ்சபூத லிங்கம், அம்பாள்...

இப்படி பல பல...

அடுத்த தலைமுறைக்கு உங்கள் சேவை என்றும்

ஆசானாக...

வழித்துணையாக...

என்றும் அன்புடன்

ரசிகையாக...

ஜான்சி குமரேசன் (கவிஞர்)

————◆◆————

ஜான்சி குமரேசன்....

"வீர மங்கை" ஜான்சி ராணியின் பெயரை
வைத்திருக்கும் இவள்...

வீரமங்கை.

பேச்சிலும்...

எழுத்திலும்...

சங்கம் வளர்த்த மதுரையில்,

மீனாட்சி ஆட்சி செய்யும் ஊரில்
பிறந்து,வளர்ந்து,படித்து

ஒரு பெண் கவிஞராக உள்ளத்தை

கொள்ளை அடித்தோடு மட்டுமல்ல...

மனதையும் கவர்ந்து விட்டாள்...

"முதற்கவிதை","பிரிதல் நிமித்தம்"

இரண்டுமே "கவிதையின் அருவியில்"

"நனைய வைத்திருக்கிறாள்"...

காதல் பிரிவின் ஒவ்வொரு வலிகளையும்,மனப்
போராட்டங்களும்.

அழகாக,நேர்தியாக,கண்முன்னே

ஓடும் ஒவ்வொரு உணர்வையும்

அனுபவித்து வடித்திருக்கிறாள்...

முதற்கவிதையில் அம்மா,

அப்பா,

உடன் பிறந்தோர்,

பள்ளி நினைவுகள்,

காதல்,

மறந்த பல விளையாட்டுகள்,

இப்படி பல பல வலிகளையும்,

நினைவுகளையும்,

அனுபவங்களையும்,

அற்புதமாக ஊடுருவி

எழுத்தில் வரைந்திருக்கிறாள்...

சிறப்பான தனித்துவமான ஒன்று

ஓர் எழுத்தின் வரிசை "அ" என்றால்

நான்கு வரிகளும் "அ"வில் தொடங்கும்...

உங்கள் எழுத்துப் பயணம் தொடரட்டும்.

என்றும் அன்புடன்

வாசிகியாக.

www.ingramcontent.com/pod-product-compliance
Lightning Source LLC
Chambersburg PA
CBHW062229150726
47991CB00006B/2493